ടിഷ്യു പേപ്പർ

Tissue paper
Poems

B Shihab

CHINTHA PUBLISHERS
Thiruvananthapuram

First Edition
April 2023

Published
Chintha Publishers, Thiruvananthapuram

Typesetting
Star Communications, Thiruvananthapuram

Printed at
Akshara Offset, Thiruvananthapuram

Cover Design
Vinod Mangoes

ISBN : 978-93-94753-82-2

CO - 3237 / 6390

Email: chinthapublishers@gmail. com
Website: www. chinthapublishers. com

A version is available at National Libraries
Kolkata, Mumbai, Chennai and Delhi

Distribution
DESHABHIMANI BOOKHOUSE
H O Thiruvananthapuram 695035

Branch
Head Office Kunnukuzhi • Statue Thiruvananthapuram
KSRTC Bus Terminal Thampanoor • Saphalyam Complex Thiruvananthapuram
KSRTC Bus Station Alappuzha • KSRTC Bus Station Ernakulam
Machingal Lane Thrissur • IG Road Kozhikode
Mavoor Road Kozhikode • NGO Union Building Kannur
Central Bus Terminal Complex Thavakkara Kannur

ടിഷ്യു പേപ്പർ

ബി ഷിഹാബ്

ചിന്ത പബ്ലിഷേഴ്സ്
തിരുവനന്തപുരം-695 035

ബി ഷിഹാബ്

തിരുവനന്തപുരം ജില്ലയിലെ പൂവച്ചൽ ജനനം. പൂവച്ചൽ UPS; HS, കാട്ടാക്കട ക്രിസ്ത്യൻ കോളേജ് എന്നിവിടങ്ങളിൽ പ്രാഥമിക വിദ്യാഭ്യാസം. CET യിൽനിന്നും ഇലക്ട്രിക്കൽ എൻജിനീയറിങ്ങിൽ ബിരുദം. സംസ്ഥാന വൈദ്യുതി ബോർഡിൽ എഞ്ചിനീയർ ആയിരുന്നു. മാനേജ്മെന്റിലും(hr), ഇംഗ്ലീഷ് സാഹിത്യത്തിലും ബിരുദാനന്തര ബിരുദം നേടിയിട്ടുണ്ട്. ഇപ്പോൾ ചിറയിൻകീഴ് താമസിക്കുന്നു.

കൃതികൾ: *ഭരണകൂടം കാഴ്ചയില്ലാത്തതുമാണ്, ഇസ്താംബുൾ, ഇരിക്കുന്ന കൊമ്പല്ലേ മുറിയുന്നത്, കലാളിനെ കൊടുത്ത് കളിക്കരുത്, കണക്ക് തെറ്റിയ കാക്ക, അഹിംസയിൽ വിപ്ലവത്തിന്റെ രാജപാതകൾ,* ഇനിയെത്രദൂരം എന്നിവയുൾപ്പെടെ നിരവധി കൃതികൾ.

അച്ഛൻ	: ബദറുദീൻ എൻ (late)
അമ്മ	: ബീമ്മ ബീവി
ഭാര്യ	: സജിതബീഗം യു
മക്കൾ	: ഇഖ്ബാൽ, ഇർഫാൻ, ഇജാസ്
വിലാസം	: ഹൈ ഗാർഡൻസ്
	കടകം പോസ്റ്റ്, ചിറയിൻകീഴ്, 695304
Email	: bbshihab@gmail.com
Mobile	: 9446971133

ഉള്ളടക്കം

ചിമിഴിലൊളിപ്പിച്ച മുത്തുകൾ

ശശി മാവിൻമൂട്

കാവ്യശാഖയിലെ പുതുവഴിയാണ് മൈക്രോ കവിതകൾ. ഇരുപത് വാക്കുകളിൽ അധിക ദൈർഘ്യമില്ലാത്ത കവിതകളെ മൈക്രോ കവിതകൾ എന്ന് ആദ്യമായി വിളിച്ചത് ജർമ്മൻ നോവലിസ്റ്റായ സെബാൾഡ് ആയിരുന്നു. പത്തൊൻപതാം നൂറ്റാണ്ടിൽ ജപ്പാനിൽ ഉദയം കൊണ്ട താളമില്ലാത്ത ചെറു കവിതകളുടെ ജനപ്രിയ രൂപമാണ് ഹൈക്കു കവിതകൾ. ഹൈക്കുവിന്റെ ഏറ്റവും പ്രശസ്തനായ വക്താവ് മാറ്റ് സുവോ ബാഷോ ആയിരുന്നു. കവിതയുടെ ലാവണ്യവത്തായ രൂപങ്ങളാണ് മൈക്രോ കവിതകളും ഹൈക്കു കവിതകളും. ജീവിതത്തിന്റെ ദാർശനിക തലങ്ങളെ ചെറുവാക്യങ്ങളിലൂടെ ഈ കവിതകൾ അനാവൃതമാക്കുന്നു.

ബി ഷിഹാബ് രചിച്ച പ്രതീകാത്മകമായ ചെറു കവിതകളുടെ (മൈക്രോ കവിതകളുടെ)സമാഹാരമാണ് *ടിഷ്യുപേപ്പർ*. നാം വലിച്ചെറിയുന്ന എല്ലാ സൗന്ദര്യങ്ങളുടെയും പ്രതീകമായി *ടിഷ്യുപേപ്പർ* നിലകൊള്ളുന്നു. രണ്ടോ നാലോ വരികളിൽ ആശയങ്ങളുടെ ആഴി ഒളിപ്പിച്ചു വച്ചിരിക്കുന്ന കവിതകളാണ് ഈ സമാഹാരത്തിലുള്ളത്. സമൂഹത്തിൽ സ്ത്രീ അനുഭവിക്കുന്ന അവഗണനയും ദുഃഖവുമാണ് 'കറിവേപ്പില'യിൽ നിറച്ചുവച്ചിരിക്കുന്നത്. എല്ലാ മൗനങ്ങളും വാചാലമാണെന്നും അത് ഒരിക്കൽ സംസാരിച്ചു തുടങ്ങുമെന്നും കവി പറയുമ്പോൾ കവിതയിലെ പ്രതിഷേധവും പ്രതിബദ്ധതയും പ്രകടമാവുന്നു.

സ്ത്രീജന്മങ്ങളുടെ നിസ്സഹായതയാണ് 'ടിഷ്യു പേപ്പർ' എന്ന കവിതയിലും ഇതൾ വിരിയുന്നത്. മറ്റുള്ളവരുടെ മാലിന്യങ്ങൾ ഏറ്റു വാങ്ങാൻ വിധിക്കപ്പെട്ടവൾ എന്ന അർത്ഥത്തിൽ വർത്തമാനകാലത്തിന്റെ പ്രസക്തമായ പ്രതീകമായി, ടിഷ്യുപേപ്പർ നിലകൊള്ളുന്നു

നമ്മുടെ നാടിന്റെ ഇന്നത്തെ സാമൂഹികാവസ്ഥയാണ് അത്യാഗ്രഹം, അസമത്വം എന്നീ കവിതകൾ. അത്യാഗ്രഹം ഭൂമിയിൽ മനുഷ്യന് മാത്രമേ ഉള്ളൂ എന്നു കവി ഓർമ്മിപ്പിക്കുന്നു.

വിളയിച്ചവന്റെ മക്കൾ ഒരു പിടി വറ്റിന് വേണ്ടി കേഴുന്ന ദുരവസ്ഥ സമ്പന്നരും ദരിദ്രരും തമ്മിലുള്ള അന്തരം ഈ കവിതയിൽ പ്രകടമാണ്.

വിളവ് തിന്ന് വിളയ്ക്ക് മേൽ വളർന്നു ഒടുവിൽ പൊളിഞ്ഞു വീഴുന്ന വേലിയാണ് ഇന്നത്തെ ഭരണകൂടങ്ങൾ. നമുക്ക് സംരക്ഷകരാകേണ്ടവർ സംഹാരകരായി മാറുന്ന ലോകാവസ്ഥ 'വേലി' എന്ന കവിതയുടെ ആത്മ സക്തയാണ്. ഈ അവസ്ഥ കണ്ട് ഹിമാലയ ഹൃദയം തപിക്കുകയും മഹാസമുദ്രങ്ങൾ ന്യൂനമർദ്ദത്തിലമരുകയും ചെയ്യുന്നു എന്നു പറയുന്നിടത്ത് കവിത സാർത്ഥകമാകുന്നു അനീതിയുടെയും അസമത്വത്തിന്റെയും കഥ പറയുന്ന അനേകം മുത്തുകൾ ഈ സമാഹാരത്തിലുണ്ട് 'അടിമത്തം,' 'ഇയ്യമ്പാറ്റകൾ', 'ജെ സി ബി', 'രണ്ടറ്റങ്ങൾ', 'രാജധർമ്മം', 'സാമ്രാജ്യത്വം', 'ചരിത്രം', 'മാനിഷാദ', 'മറകൾ', 'മരുഭൂമി', 'അക്ഷേഷ്യ', 'ഭരണഘടന', 'ഔഷധവ്യാപാരം', 'ദുരവസ്ഥ', 'കാകദൃഷ്ടി' തുടങ്ങിയവ ഈ ഗണത്തിൽ പെടുത്താവുന്നതാണ്.

മനുഷ്യന്റെ നിസ്സഹായവസ്ഥയും ജീവിതസമസ്യകളുമാണ് 'തെറ്റ്', 'വൃദ്ധസദനം', 'ഉപാധി', 'ജീവിതം', 'ഉപ്പ്' 'വീണ്ടെടുക്കുക' എന്നീ കവിതകളിലൂടെ മിഴിതുറക്കുന്നത്. മനുഷ്യരുടെ ഉള്ളിലെ അധമ വികാരങ്ങൾ പുറത്തുവരാൻ വെമ്പൽ കൂട്ടിക്കൊണ്ടിരിക്കുന്ന അവസ്ഥയാണ് 'തെറ്റ്' എന്ന കവിത തുറന്നു കാട്ടുന്നത്. സംസാര സാഗരം നീന്തുന്ന ധർമ്മരാജാക്കന്മാർ മരണം കാത്തിരിക്കുന്നിടമെന്നാണ് വൃദ്ധസദനത്തെ കവി വിശേഷിപ്പിക്കുന്നത്. വാർദ്ധക്യത്തിന്റെ ദീനത തന്നെയാണ് 'ഉപാധി' എന്ന കവിതയിലും പങ്കുവയ്ക്കുന്നത്. 'ജീവിതം' എന്ന ശീർഷകത്തിൽ രണ്ടു കവിതകൾ ഇതിലുണ്ട്.

ഭൂതത്തിലും ഭാവിയിലും നോക്കിയിരുന്നു വർത്തമാനത്തിൽ മറന്നു വയ്ക്കുന്നതാണ് ജീവിതമെന്ന് ഷിഹാബ് പറയുന്നു. ആരും ശ്രദ്ധിക്കാനില്ലാതെ അനാഥത്വം പേറുന്ന മനുഷ്യാവസ്ഥയുടെ പ്രതീകം തന്നെയാണ് 'ഉപ്പ്' എന്ന കവിത. ഓരോരുത്തരും സ്വയം തിരിച്ചറിയണമെന്ന ആഹ്വാനമാണ് 'വീണ്ടെടുക്കുക' എന്ന കവിത 'പ്രളയം', 'വിചിത്രം', 'അതിജീവനം' എന്നിവ പ്രളയകാലത്തെക്കുറിച്ചുള്ള കവിതകളാണ്.

ജാതിമതങ്ങൾക്കും, ഉച്ചനീചത്വങ്ങൾക്കും അതീതമായി എല്ലാ മനുഷ്യരും ഒന്നായി മാറിയ പ്രളയകാലത്തെക്കുറിച്ചാണ് മൂന്നു കവിതകളും. പ്രളയകാലം പഠിപ്പിച്ച പാഠങ്ങൾ പഠിക്കാത്ത മനുഷ്യനെ പരീക്ഷയിൽ തോറ്റ കുട്ടിയോടാണ് കവി ഉപമിച്ചിരിക്കുന്നത് മൂല്യങ്ങളെപ്പറ്റി ക്ലാസെടുക്കാൻ വിളിക്കാതെ വരുന്ന വിസിറ്റിങ് പ്രൊഫസറാണ് പ്രളയം എന്ന കല്പനയും ഉചിതം തന്നെ.

'കാലമാണവിശ്രമം പായുമെന്നശ്വം
സ്നേഹജ്വാലയാണെന്നിൽ കാണും

ചൈതന്യം സനാതനം, എന്ന വയലാർ കവിതപോലെ അവിരാമം പായുന്ന കാലത്തെക്കുറിച്ച് രണ്ടു കവിതകൾ ഈ സമാഹാരത്തിൽ

ഉണ്ട് കാലം, ഓടുന്ന കാലം എന്നിവ പുഴ കണക്കെ കിതപ്പില്ലാതെ ഓടുന്ന കാലത്തെക്കുറിച്ച് നാം വട്ടത്തിൽ ചവിട്ടുമ്പോൾ നീളത്തിലോടുന്ന സൈക്കിൾപോലെ എന്നാണ് കവി പറയുന്നത്.

'മാതൃഭാഷാസ്നേഹം', 'നിധി', 'വായന' എന്നീ കവിതകൾ ഭാഷയുടെയും അക്ഷരങ്ങളുടെയും മഹത്വം വിളംബരം ചെയ്യുന്നു മാതൃഭാഷയോടുള്ള മലയാളിയുടെ അവഗണന നിഴലിക്കുന്ന കവിതയാണ് മാതൃഭാഷാസ്നേഹം. അക്ഷരങ്ങളിൽ ഒളിഞ്ഞിരിക്കുന്ന അറിവാണ് ഏറ്റവും വലിയ നിധിയെന്ന് 'നിധി' എന്ന കവിത ഓർമ്മപ്പെടുത്തുമ്പോൾ 'വായന' എന്ന ശീർഷകത്തിലുള്ള രണ്ട് കവിതകൾ വായനയിലെ വൈവിദ്ധ്യവും വായനയുടെ മഹത്വവും വിളിച്ചോതുന്നു.

പകുതിയിൽ മുറിഞ്ഞുപോകുന്ന പോരാട്ടമെന്ന് രക്തസാക്ഷികൾക്ക് നിർവ്വചനം നല്കുന്ന പോരാട്ടം എന്ന കവിത ഇല്ലാത്തവന്റെ ദാനത്തിനാണ് മഹത്ത്വം എന്നു പറയുന്ന 'ദാനം' ശത്രുവിനെപ്പോലും കീഴടക്കാനുള്ള വികാരമാണ് സ്നേഹമെന്ന് തിരിച്ചറിയുന്ന 'നല്ല മാർഗ്ഗം,' മഴയിലും പുഴയിലും തിരമാലകളിലും പ്രകടമായ സ്വാതന്ത്ര്യത്തെക്കുറിച്ച് പറയുന്ന 'സ്വാതന്ത്ര്യം', ഹിംസയ്ക്ക് സമാനമായ ക്രൂരതയാണ് ധൂർത്തെന്ന് ഓർമ്മിപ്പിക്കുന്ന 'ധൂർത്ത്', സ്വർഗ്ഗീയാനുഭൂതിയിലേക്ക് ക്ഷണം ലഭിക്കുന്നവരെല്ലാം നിപതിക്കുന്ന നരകക്കുഴി കാണിച്ചുതരുന്ന 'ലഹരി', ലക്ഷ്യം നേടാനുള്ള പരിശ്രമത്തിന്റെ ഉദാത്ത മാതൃകയായ 'ചിലന്തി' അദ്ധ്യാപക വിദ്യാർത്ഥി ബന്ധത്തിന്റെ പവിത്രത വിളംബരം ചെയ്യുന്ന 'ധർമ്മബോധം' മഴയുടെ താളംപോലെ ചടുലമായ 'മഴപ്പാട്ട്' ചൂഷണത്തിന്റെ പര്യായമായ 'അക്ഷേപ്യ,' മനസ്സുകൾ പൂക്കുന്ന കാലമാണ് മാവ് പൂക്കുന്ന കാലമെന്ന് ഓർമ്മിപ്പിക്കുന്ന 'മാവിൽ,' ജീവൻ പിഴിഞ്ഞുകളഞ്ഞ് ചണ്ടി എടുക്കുന്ന കലാപ്രവർത്തനമെന്ന് നിർവ്വചിക്കുന്ന 'വിവർത്തനം,' രാഷ്ട്രീയമെന്ന ഞാണിന്മേൽ കളിയെക്കുറിച്ചുള്ള 'രാഷ്ട്രീയം' തല തിരിഞ്ഞ കാലത്തെ വിശേഷിപ്പിക്കുന്ന 'അലർജി,' ഭൂമിയിൽ ഏറ്റവും വലിയ ധനം മനസ്സമാധാനമാണെന്നു തിരിച്ചറിയുന്ന 'മഹാധനം' സ്വാർത്ഥതയുടെ പ്രതീകമായ 'കാകദൃഷ്ടി', 'കുറവുകൾ', 'ജലതത്ത്വം', 'ഭൂമി', 'വൻവൃക്ഷം', 'കോടാലിക്കൈ', 'സമ്മർദ്ദം' തുടങ്ങിയ കവിതകളെല്ലാം വായനക്കാരുടെ ചിന്തയിൽ താപം നിറയ്ക്കുന്നതാണ്. 'രക്തസാക്ഷി', 'ഗാന്ധിജി', എന്നീ കവിതകൾ മഹാത്മാഗാന്ധിയെ അനുസ്മരിക്കുന്നതാണ്.

തലമുറകളുടെ മനസ്സുകളിലേക്ക് നിറമുള്ള തൂവലുകൾ കൊഴിച്ചിട്ട് കടന്നുപോയ ഫീനിക്സ് പക്ഷിയായി ഗാന്ധിജിയെ വിശേഷിപ്പിച്ചിരിക്കുന്ന 'രക്തസാക്ഷി' എന്ന കവിത ഉദാത്തമാണ്. കാവ്യ ഗന്ധർവ്വൻ ചങ്ങമ്പുഴയെ ഓർമ്മിപ്പിക്കുന്ന 'രമണൻ' എന്നീ കവിതകളും ഈ സമാഹാരത്തിലെ പൊൻതൂവലുകളാണ്. അനുയായികളാൽ ചെറുതാക്കിക്കളഞ്ഞവരാണ് നമ്മുടെ മഹാന്മാർ എന്ന അപ്രിയ സത്യവും (മഹാന്മാർ) കവി പങ്കുവയ്ക്കുന്നു.

വെള്ളപ്പേപ്പറിൽ പ്ലാസ്റ്റിക്ക്പേന പ്രബന്ധമെഴുതുന്നു എന്ന ഒറ്റവരി ക്കവിത (പ്രകൃതി സ്നേഹം) പരിസ്ഥിതി പ്രശ്നത്തിന്റെ വലിയ വാതിൽ തുറന്നിടുന്നു. അന്ധവിശ്വാസങ്ങൾ വഴിതടയുമ്പോഴും നേരിന്റെ വഴിയേ സഞ്ചരിക്കുന്ന ശാസ്ത്രത്തിന്റെ മഹിമ വിളിച്ചോതുന്ന 'ശാസ്ത്രം' എന്ന കവിത, ചവിട്ടിക്കയറാനുള്ള പടവുകൾക്ക് അടിക്കല്ല് ചുമന്നു തളർന്ന അച്ഛനെക്കുറിച്ചുള്ള 'അച്ഛൻ' എന്ന കവിത, ഏകാന്തവാസത്തെക്കുറി ച്ചുള്ള 'ഏകാന്ത ജീവി,' കാർഷിക സമൃദ്ധിയുടെ മഹോത്സവമായ വിഷു വിനെക്കുറിച്ചുള്ള കവിത 'വിഷു', തെരുവുപട്ടികൾ സമൂഹത്തിൽ വരു ത്തുന്ന വിപത്തുകളെ ഓർമ്മിപ്പിക്കുന്ന 'പട്ടി' എന്ന കവിത എന്നിവ യെല്ലാം ശ്രദ്ധേയങ്ങളാണ്. അന്ധകാരത്തിലെ ഒരു തരി വെട്ടം, തെറ്റുകൾക്കിടയിലെ ഒരു ശരി, രാത്രിക്കൊടുവിൽ പിറന്നു വീഴുന്ന ഒരു പകൽ എന്നിവ ജീവിതത്തിലെ അസുലഭ മുഹൂർത്തങ്ങൾ ആണെന്ന് 'അസുലഭ മുഹൂർത്തം' എന്ന കവിതയിൽ കവി തിരിച്ചറിയുന്നു.

പാമരന് നാക്ക്, പണ്ഡിതന് വാക്ക്, കവിക്ക് ദർശനം എന്നിങ്ങനെ ഓരോരുത്തർക്കും ഓരോ ആയുധങ്ങളാണെന്നു പറയുന്ന കവി ഭീരുവിന് ജാതിയും മതവും സാമ്രാജ്യത്വത്തിന് ആണവബോംബും ആയുധമെന്ന് (ആയുധങ്ങൾ) പറയുന്നു.

നമ്മോടൊപ്പം നടക്കുന്ന നല്ല വഴികാട്ടിയെ സുഹൃത്ത് കാട്ടിത്തരു മ്പോൾ രാഷ്ട്രീയത്തിലെ കാപട്യങ്ങൾ 'രാഷ്ട്രീയം' എന്ന കവിത അനാവരണം ചെയ്യുന്നു.

'അവസരസമത്വത്തെപ്പറ്റി വാതോരാതെ പറഞ്ഞതും നീ, അവസ രങ്ങളെല്ലാം കവർന്നെടുത്തതും നീ' എന്ന വരികളിലൂടെ വർത്തമാന കാല രാഷ്ട്രീയത്തെ നഗ്നമാക്കി മുന്നിൽ നിർത്തിയിരിക്കുന്നു

ഈ സമാഹാരത്തിലെ എല്ലാ കവിതകളിലും നിറഞ്ഞുനില്ക്കുന്ന ചെറുതിന്റെ മെയ്യഴക് അനുവാചകരെ ആകർഷിക്കുന്നതാണ്. ഓരോ കവിതയിലും കവി പ്രയോഗിച്ചിരിക്കുന്നത് രാകി മൂർച്ചക്കൂട്ടിയ വാക്കു കളാണ് സമൂഹത്തിലെ എല്ലാ അസമത്വങ്ങളോടും അനീതികളോടുമുള്ള കടുത്ത പ്രതികരണവും പ്രതിഷേധവുമാണ് ഓരോ കവിതയിലും. അപ്രിയമാകിലും സത്യം സമൂഹത്തോട് വിളിച്ചു പറയുക എന്നതാണ് കവിധർമ്മമെന്ന് ഈ കവി വിശ്വസിക്കുന്നു

നേരിന്റെ വഴിയേ നഗ്ന പാദനായി നടക്കുന്ന ഏകാന്ത പഥികനാണ് കവി. സമൂഹത്തിലെ അവഗണിക്കപ്പെടുന്ന ജനങ്ങളുടെ പ്രതിനിധി യാണ് താനെന്ന് കവി '*ടിഷ്യൂപേപ്പറി*'ലൂടെ വിളിച്ചു പറയുന്നു. ചിമിഴിലൊ ളിപ്പിച്ച മുത്തുകൾപോലെ പ്രകാശം പരത്തുന്ന 122 ചെറുകവിതകളുടെ ഈ സമാഹാരം സഹൃദയ സമക്ഷം സന്തോഷപൂർവ്വം അവതരിപ്പി ക്കുന്നു

കറിവേപ്പില

സുന്ദരി
സുഗന്ധി
സുശീല
രുചി അതീവ ഹൃദ്യം
എന്തെല്ലാം പറഞ്ഞു
നീ രുചിച്ചു വലിച്ചെറിയുമ്പോൾ
എന്റെ വാചാലമായ മൗനം
നിന്നോട് സംസാരിച്ചുതുടങ്ങും.

കുപ്പയിലെ മാണിക്യംപോൽ
സത്യം ഒരുനാൾ തിളങ്ങും.

പുതുനാമ്പ്

നിറഞ്ഞ ഇലകൾ
പുഴുക്കുത്തെടുക്കുമ്പോൾ
മരത്തിന്റെ നാളത്തെ പ്രതീക്ഷ
മൺവെട്ടികൾ
ചുവട്ടിൽ മണ്ണിളക്കുന്നു.

ഭൂമിയൊരു ഗോളം
മണ്ണിളക്കാൻ വനിതകൾ മുന്നിലുണ്ട്.

വേലി

വളർന്നു പന്തലിച്ചു
വിളവൊക്കെ തിന്നുന്നു
വിളയ്ക്കുമേൽ വളർന്നത് നീ
വിളവ് തിന്നത് നീ
ബന്ധങ്ങൾ പൊളിച്ചത് നീ
പൊളിഞ്ഞു വീണത് നീ

ഹിമാലയ ഹൃദയം തപിക്കുന്നു,
മഹാസമുദ്രത്തിൽ ന്യൂനമർദ്ദം.
മഴമേഘങ്ങൾക്ക് മേലെ ഉപഗ്രഹക്കണ്ണ്.

അത്യാഗ്രഹം

ആവശ്യത്തിന് കൊത്തി തിന്നിട്ട്
കാക്ക ബാക്കി നിർത്തിപ്പോകുന്നു
കാക്ക കൊത്തിയിട്ടവ
കാത്തുനിന്ന കുട്ടിക്ക് സന്തോഷം പകർന്നു
പിന്നെ കണ്ടത്
കൊതി കയറി പറിച്ച്
ചാക്കിൽ നിറച്ചുകൊണ്ട് പോകുന്നു
കുട്ടിയല്ല മുതിർന്നവൻ തന്നെ

കൊള്ള മുതലിന്റെ കൂമ്പാരം
ശതകോടീശ്വരന്മാർ കൂടുന്നു
ഒന്നും, തൊണ്ണൂറ്റിയൊൻപതും തമ്മിൽ
വർഗ്ഗസമരം തുടരുന്നു.

ജെ സി ബി

മരത്തെ പിഴുതെറിയുന്ന
മണ്ണിനെ മാന്തി പിളർക്കുന്ന
നിന്റെ കരുത്തപാരം തന്നെ
എങ്കിലും ചോദിച്ചോട്ടെ
മല തുരക്കാനല്ലാതെ
മല മറിക്കാനാവുമോ നിനക്ക്

ആനയെ വിരട്ടുന്നു ഉറുമ്പിൻ കുഞ്ഞ്.

അസമത്വം

കഴിക്കാനില്ലാതെ നട്ടം തിരിയുന്നവർ
കൂടുതൽ കഴിച്ച് കഷ്ടപ്പെടുന്നവർ
ഉണ്ടായിട്ടും കഴിക്കാൻ കഴിയാത്തവർ
കൊക്കിരിക്കുന്നു വയലിൽ
കൊത്തിപ്പറക്കുന്ന സ്വാതന്ത്ര്യം
ഒരു പിടി കൊറ്റിന് കേഴുന്നരികിൽ
വിളയിച്ചവന്റെ മക്കൾ
അരികിൽ ചികയുന്ന താറാവിന്
ചിന്താദാരിദ്ര്യം

തെരുവുകളിൽ ആൾക്കൂട്ടം
ആടുന്ന കസേരകൾ.

അടിമത്തം

ഇനിയും മടുത്തില്ലെങ്കിൽ
കൂടെ കിടക്കട്ടെ

അങ്കിൾ ടോമിന്റെ ചാളയിൽ സൂര്യോദയം
വെള്ളക്കൊട്ടാരത്തിൽ കറുത്ത രാജാവ്.

ഇയ്യാമ്പാറ്റകൾ

ദിശ തെറ്റിയ പ്രയാണത്തിൽ
കഠിനം വെന്തു പോകുന്നു
ലക്ഷ്യം വെളിച്ചമെങ്കിലും
കുറ്റാക്കൂരിരുട്ടിൽ പതനം,

സത്യം കുറ്റാക്കൂരിരുട്ടിൽ,
ആ സത്യാന്വേഷണ പരീക്ഷണം അവസാനിക്കുന്നില്ല.

ബി ഷിഹാബ്

പോരാട്ടം

കലക്കവെള്ളത്തിൽ കാഴ്ചപോയ മീൻ
കീഴടങ്ങുമ്പോഴും വഴുതി മാറാനുള്ള
അന്തർദ്ദാഹം സൂക്ഷിക്കുന്നു
ആവതും പിടയ്ക്കുന്നു.

രക്തസാക്ഷിക്ക് ലക്ഷ്യമുണ്ടായിരുന്നു.
സൂര്യോദയം അകലെയല്ല!

വീമ്പ്

നൂറ് മേനി വിളഞ്ഞ പാടം
കൊക്കിരിക്കുന്ന ദൂരം
കൊതികൊണ്ട് നോക്കിനില്പ്

കുഴിയിൽ വീണു കൊമ്പനാന
മല ചുമക്കുന്നു!

ടിഷ്യു പേപ്പർ

നിന്റെ കൈയിൽപ്പെടും വരെ
ഞാൻ അതീവ സുന്ദരിയായിരുന്നു
ഞെരിഞ്ഞുടഞ്ഞു, കോലംകെട്ടു-
പേക്ഷിക്കപ്പെടുമ്പോൾ
നിന്റെ അഴുക്കുകൾ
തുടച്ചെടുത്ത ജന്മസാഫല്യം.

കോടതിയിൽ തിരക്ക്
അനന്തപുരിക്ക് ശ്വാസംമുട്ട്.

ദാനം

ഒരുരുള ചോറോ
ഒരു തുണ്ട് തുണിയോ
ഇല്ലാത്തവന്റെ ദാനത്തിന്
ആയിരം മാനം
അത് ഇരുചെവി അറിയുന്നില്ല
ഇരുളിൽ ലയിക്കുന്നില്ല
മിച്ചം വന്ന നാണയത്തുട്ടുകൾ
മിച്ചം വന്ന ധാന്യമണികൾ
ഉടുത്തു മതിയായ വസ്ത്രങ്ങൾ
ദാനത്തിന്റെ പരിധിയിലില്ല
ദാനത്തിന്റെ ചതുർമാനങ്ങളിൽ
ത്യാഗം മൂലക്കല്ലാകുമ്പോൾ
അവന് പിടിച്ചുനില്ക്കാൻ
നിന്റെ ചുമല്
അവന് ചവിട്ടിക്കയറാൻ
നിന്റെ മുതുക്.

നല്ലമാർഗ്ഗം

ശത്രുവിനെ നേരിടാൻ
നല്ല ആയുധം
അവനെ വിശ്വാസത്തിലെടുക്കുക
സ്നേഹംകൊണ്ട് മൂടുക
വില കുറഞ്ഞ പോരാട്ടങ്ങളെക്കാൾ
നല്ലത് സ്നേഹമെന്നവനും
ബോദ്ധ്യപ്പെടാം.

അബ്രഹാം ലിങ്കൺ ശത്രു സൈനികരെ
സ്നേഹപൂർവ്വം സന്ദർശിച്ചിരുന്നു!

ഫുട്ബോൾ

ദൈവത്തെ ചെകുത്താൻ
തടയുന്ന ദിനങ്ങളുണ്ട്
അന്നും ദൈവത്തിന്റെ കീർത്തി
ചെകുത്താന്റെ മേലേ പരിലസിക്കും.
ദൈവത്തിന്റെ കണ്ണീർ
വീണോരോ മൈതാനവും നനഞ്ഞിരിക്കുന്നു.

സ്വാതന്ത്ര്യം

മഴ പറഞ്ഞപോലെ
മഴയത്ത് പുഴ പറഞ്ഞപോലെ
പ്രകൃതിയിൽ ജന്മവാസനയായ്
അന്തർല്ലീനം
അഴീമുഖത്തെ അടിയൊഴുക്കിൽ
ആർത്തലയ്ക്കുന്ന തിരമാലകളിൽ
പ്രകടം.
കാലമൊഴുക്കുന്നപോലെ
ഒഴുകുന്നത്

ഹിറ്റ്ലർ ഇന്നലെകളെ തകർത്തു
ആൻ ഫ്രാങ്ക് ഡയറി എഴുതിക്കൊണ്ടിരുന്നു

മാതൃഭാഷാസ്നേഹം

കവിതയെന്ന് കേട്ടാൽ
ചില പ്രസാധകർ
അവരുടെ റിപ്പബ്ലിക്കിൽ
പ്ലേറ്റോക്ക് പഠിക്കുന്നു

ഭാഷാദ്ധ്യാപകൻ
ഇംഗ്ലീഷ് സ്കൂളിൽ
ബാഗ് ചുമക്കുന്നു
തുഴയറിയാതെ മലയാളിക്കുട്ടികൾ
ഇംഗ്ലീഷ് കടലിൽ മുങ്ങി പൊങ്ങുന്നു

അന്ധനാനയിൽ എന്ന പോലെ
ചില പത്രാധിപർ കവിതയിൽ.

മതങ്ങൾ

നീ
സാധുവായത്
ത്യാഗിയായത്
സൂഫിയായത്
ഈ വഴികളിലൂടെ
നടന്ന് നടന്ന് തന്നെ.
കബീറിന്റെ മതമേത്?
അക്ബറിന്റെ മതമേത്?
അശോകന്റെ മതമേത്?

രണ്ടറ്റങ്ങൾ

ഒരാൾ താഴ്ന്നാൽ ദുര്യോധനനെപ്പോലെ
പാതാളത്തോളം താഴും
ഉയർന്നാൽ ധർമ്മപുത്രനെപോലെ
ആകാശത്തോളം ഉയരും
വ്യാസൻ പണ്ടേ പറഞ്ഞു
ഇന്നും നമുക്കിടയിൽ
രണ്ടു കൂട്ടരും തമ്മിൽ
കടുത്ത മത്സരം നടക്കുന്നു

മുത്തശ്ശി ഇതിഹാസം വായിക്കുന്നു
കുട്ടികൾ കേട്ടിരിക്കുന്നു.

സൂചി കുത്താനിടമില്ലാത്ത മനസ്സുകൾ
ഭൂമിയിൽ നരകം പണിയുന്നു.

ബി ഷിഹാബ്

ധൂർത്ത്

കല്യാണം നടത്തുന്നതിൽ
വീട് വയ്ക്കുന്നതിൽ
കാറ് വാങ്ങുന്നതിൽ
സംസാരത്തിൽ
പെരുമാറ്റത്തിൽ
നടപ്പിൽ
ഉടുപ്പിൽ
നാം
അഹിംസയിൽനിന്ന് ഹിംസയിലേക്ക്
വഴിമാറി നടക്കുന്നു

'ഉണ്ടെങ്കിൽ ഓണം പോലെ'
മുത്തച്ഛന്റെ വാക്കുകൾ
ചുറ്റും ഓടി നടക്കുന്നു
നോട്ടിൽ ഗാന്ധിയുടെ തൂമന്ദഹാസം.

ഭരണഘടന

കൂരിരുട്ടിൽ മുന്നേ നടന്നവർ
കത്തിച്ചു പിടിച്ച പന്തം
ആയിരം ചിന്തകൾക്കിടയിൽ
വൈവിദ്ധ്യങ്ങൾക്കിടയിൽ
വഴി തെറ്റിക്കുന്ന പാറക്കെട്ടുകൾക്കിടയിൽ
ഒരു രാജ്യത്തിന്
മുന്നോട്ടു നടക്കാൻ
വഴികാണിക്കുന്നു

കാഴ്ചയാണത്
കൃഷ്ണമണി പോലെ.
കാക്കുന്നു നാം

ശാസ്ത്രം

നേർവഴികളിലൂടെ
നേരിലേക്ക്
മനുഷ്യൻ കയറി പായുന്ന രഥം

വലുതിലും വലുതിലേക്ക്,
ചെറുതിലും ചെറുതിലേക്ക്,
ഇന്ദ്രിയ പരിമിതികൾ.

വഴിയിൽ തടസ്സം
വയസ്സന്റെ കിടപ്പ്.

മഹാന്മാർ

അനുയായികളാൽ
ചെറുതാക്കി കളഞ്ഞവർ
ഉപ്പോളം വരുന്നില്ല ഒരുനാളും
ഉപ്പിലിട്ടത്
അവരുടെ കൈയിൽ
ഒന്നായിരുന്നു ജനക്കൂട്ടം
അനുയായികളുടെ കൈയിൽ
ചോർന്നു പോകുന്നു
വേർപിരിയുന്നു
തമ്മിൽ തല്ലുന്നു

പ്രതിമകളിൽ
നോട്ടിൽ
പുസ്തകത്താളിൽ
മനസ്സിൽ
പൊടി പിടിക്കുന്നു
സത്യം മാഞ്ഞുപോകുന്നതോ
മായ്ച്ചു കളയുന്നതോ.

തെറ്റ്

നിന്റെ മാന്യതയുടെ മടിത്തട്ടിൽ
മയങ്ങും തെമ്മാടിക്കുഞ്ഞ്
പെണ്ണിന് മുന്നിൽ
പൊന്നിന് മുന്നിൽ
പദവിക്ക് മുന്നിൽ
പ്രശസ്തിക്ക് മുന്നിൽ
ഇടയ്ക്കിടെ ഉണർന്നു കരയാൻ തുടങ്ങും
നിറയെ പാല് കുടിക്കാൻ

ആടുന്ന കസേരകൾ
രാജപാതയിൽ അറ്റകുറ്റപ്പണി തീരുന്നില്ല
വഴിയിൽ പഞ്ചറായ പഴഞ്ചൻ വണ്ടി.

അലർജി

കടിച്ചാൽ ചൊറിയും
ചൊറിഞ്ഞാൽ പുണ്ണാകും
പുണ്ണായാൽ പുഴുവരിക്കും
പുഴു പ്രാണനിൽ ഇഴയുമ്പോൾ
പുണ്ണില്ലാതെ പുഴു

കാലം മറിഞ്ഞ കാലം.

രാജധർമ്മം

നേര് നെഞ്ചോട്
ചേർത്ത് വയ്ക്കുമ്പോൾ
വാക്കുകൾ
പ്രവൃത്തി
നേരെയാവുന്നെല്ലാം.

തെരുവുകൾ ഒഴിഞ്ഞു കിടക്കുന്നു
അവിടെ പ്രാവുകൾ ധാന്യമണികൾ കൊറിക്കുന്നു.

പ്രളയം

ഒരു വിസിറ്റിങ് പ്രൊഫസർ
പക്ഷേ, വിളിക്കാതെ വരും
മൂല്യങ്ങളെപ്പറ്റി ക്ലാസെടുക്കും
ക്ലാസ് കഴിഞ്ഞാൽ
ക്ഷണം തിരിച്ചുപോകും

യുദ്ധം കഴിഞ്ഞ കുരുക്ഷേത്രംപോലെ
ശൂന്യത വിഴുങ്ങിയ കേരളം.

ബി ഷിഹാബ്

വിചിത്രം

മഹാപ്രളയ നടുവിൽ കണ്ട
നോഹയുടെ പെട്ടകത്തിൽ
തളർന്ന മനസ്സുമായി
കീരിയും പാമ്പും
കുറുക്കനും കോഴിയും
ചെന്നായും ആട്ടിൻകുട്ടിയും
ഒരു പാത്രത്തിൽ
ശൂന്യത നിറച്ചുണ്ണുന്നു
നിറമുള്ള കാഴ്ചകളാൽ
നിറമാല ചാർത്തി
ആനന്ദത്തിൽ ഇളകി മറിയുന്ന
പ്രകൃതിയെ
കണ്ട് കണ്ട്
മനുഷ്യൻ തീർത്ത
മതിലുകൾക്ക് മേലെ
വളരെനേരം
നീന്തി നടന്നു പെട്ടകം.
ഒന്നും പഠിച്ചില്ല
പരീക്ഷയിൽ തോറ്റ കുട്ടിയെപോലെ
സാധാരണ മനുഷ്യൻ

ഗാന്ധിജി

അഹിംസയിൽ
വിപ്ലവത്തിന്റെ വഴികൾ
പുതുക്കിപ്പണിത രാജശില്പി

ചിന്തകളിലിന്നും തോരാത്ത വിസ്മയം.

ബി ഷിഹാബ്

അച്ഛൻ

നിന്റെ പടവുകൾക്ക്
അടിക്കല്ലു ചുമന്ന് ചുമന്ന്
തളർന്നു പോയവൻ
ഈ കൂരിരുട്ടിൽ,
ചൂട്ടുകറ്റ മിന്നിച്ചു, മിന്നിച്ചു
എന്നും കൂട്ടായ്
കുളിരായി
കുലീന ജാടയായി
സ്വയം പ്രകാശിച്ചു
കൂടെ നടന്നവൻ.
എപ്പോഴും ചാടിക്കയറാവുന്ന
ചരിഞ്ഞ കൊമ്പ്.
സ്വർഗ്ഗം കിട്ടിയ പോലെനിക്ക്
എപ്പോഴുമവിടത്തെ സാമീപ്യം.

വായന

നിന്നെ രാജപാതകളിലേക്ക്
കൂട്ടിക്കൊണ്ടു പോകുന്ന കുറുക്ക് വഴി
കുറുക്ക് വഴിയെങ്കിലും
അതൊരു നേർവഴി

വഴിവിളക്കുകൾ കത്തുന്നില്ല
ജനം ഇരുട്ടിൽ നടക്കുന്നു.

അമ്മ

ഒരു വടവൃക്ഷക്കൊമ്പിൽ
അച്ഛനൊപ്പം എനിക്കായ്
ആയിരം വേഷങ്ങളാടിയ
മയിൽപ്പേട.

ബി ഷിഹാബ്

വിഡ്ഢി

കുളത്തിലെ തവള
എന്റടുത്തുണ്ട്
ആറിനെപ്പറ്റി
തോടിനെപ്പറ്റി
കടലിനെപ്പറ്റി
ഇന്നും നൂറു നാവിൽ പറഞ്ഞു
എന്റെ ചിന്തകളിൽ
നക്ഷത്രങ്ങളെ മറയ്ക്കുന്ന
തുണ്ട് മേഘങ്ങൾ ഉരുണ്ടു കൂടുന്നു

വിളക്ക് മരം പ്രവർത്തിക്കുന്നില്ല
കടൽ മദ്ധ്യേ ആശയക്കുഴപ്പം.

കാമുകൻ

നിനക്കായ് കല്യാണസൗഗന്ധികങ്ങൾ
തേടി നടക്കുന്ന ത്യാഗി.

വയസ്സന്റെ കിടപ്പ്
വഴിയിൽ തടസ്സങ്ങൾ.

സാമ്രാജ്യത്വം

വിനാശകരമായ വിത്തുകൾ
ഭൂമിയാകെ
കൊത്തിക്കൊണ്ടിടുന്നു
ഇരട്ട മുഖമുള്ള പക്ഷി

കുന്നിൻനിന്നും കുന്നിലേക്ക്
പറക്കുന്നു
വെയിലേറ്റ് തളരുന്നു
ഇനിയും
അവരുടെ മിസൈലുകൾ
എപ്പോൾ വേണമെങ്കിലും
ഇവിടെ വീണ്ടും പതിക്കാം
സാമ്പത്തികമാവാം
സൈനികമാവാം രാഷ്ട്രീയമാവാം
ഏറെ ഭയപ്പെടേണ്ട സാംസ്കാരികമാവാം
അത് സർവ്വ നാശത്തിന്റെയൊരു
ആണവബോംബാകാം.

പ്രകൃതി സ്നേഹം

വെള്ളപ്പേപ്പറിൽ
പ്ലാസ്റ്റിക് പേന
പ്രബന്ധമെഴുതുന്നു

അവിവേകത്തിന്റെ വയ്ക്കോൽക്കൂന
വിവേകത്തിന്റെ തീപ്പൊരിയിൽ നീറിത്തുടങ്ങുന്നു.

അതിജീവനം

ഖനിയിൽപ്പെട്ട മനുഷ്യരെ
ഗുഹയിൽ പ്പെട്ട പിഞ്ചോമനകളെ
കുഴൽക്കിണറിൽ വീണ ബാലനെ
കൈ പിടിച്ചുയർത്തിയ
രക്ഷാദൗത്യം കൺമുന്നിൽ
കണ്ടവരല്ലേ നാം
ഇപ്പോൾ നമ്മൾ ഇറങ്ങിക്കഴിഞ്ഞില്ലേ?
നീയെന്റെ
ചുമലിൽ പിടിക്കുക, മുതുകിൽ ചവുട്ടുക
ഈ പ്രളയവും അതിജീവിക്കും നമ്മൾ.

നല്ലവൻ

ഈ കൊടുംചൂടിൽ
വഴിയിൽ വഴുതുന്ന
നിരാലംബ വൃദ്ധയെ
താങ്ങിപ്പിടിക്കുന്നു.

അടിയന്തരാവസ്ഥ

മുങ്ങുന്ന കപ്പലിൽനിന്നും
കയറി പിടിക്കുന്ന
കച്ചിത്തുരുമ്പ്

ജനം അറബിക്കടലിൽ എറിഞ്ഞ അവിവേകം

കാലം

നാം വട്ടത്തിൽ ചവിട്ടുമ്പോൾ
നീളത്തിൽ ഓടുന്നു നീ.

ലഹരി

നീ ക്ഷണിച്ചത്
സ്വർഗ്ഗീയാനന്ദത്തിലേക്ക്
കൂട്ടികൊണ്ടുപോയത്
നരകക്കുരുതിക്ക്.

തുള്ളിയിൽ

മുഖമൊന്നമർത്തി കഴുകവേ
വികസിപ്പിക്കുന്നൊരു പ്രപഞ്ചം
ഒരു സൂര്യ ഗോളം പോൽ മധുരം മൊഴിഞ്ഞു
ഓരോരുത്തരും എനിക്ക് പ്രിയപ്പെട്ടവർ.

മതം

ഫലവൃക്ഷത്തിൽ
ഇത്തിൾച്ചെടി പിടിച്ചാൽ
ക്രമേണ ഫലത്തിനും തടിക്കും
വിനാശം ഫലം.

പിച്ചി

നെഞ്ചിൽ തൊട്ട
നിന്റെ ചേല്, സുഗന്ധം
സമയ രഥത്തിൽ വന്ന
സൂര്യ കരങ്ങൾ
തേച്ചുലയ്ക്കുന്നു
നിമിഷങ്ങൾ വാഴ്‌വിനൊടുക്കം
തേനുറുഞ്ചാൻ വന്ന ശലഭങ്ങൾ
നിന്റെ മധുവിനൊപ്പം
ചേലും, സുഗന്ധവും
കൊണ്ടതാ പറക്കുന്നു.

നിധി

ഏറ്റവും വിലപ്പെട്ടത്
അക്ഷര ഖനികളിൽ
ഒളിഞ്ഞിരിക്കുന്നു
തുരന്നാൽ
ചിക്കിച്ചികഞ്ഞെടുക്കാം

അച്ഛന്റെ വിരലിൽ തൂങ്ങി
പിഞ്ചുബാലൻ വരുന്നു.

മാനവൻ

ആശാ വൃക്ഷത്തിൽ
നിരാശയുടെ ഇത്തിൾച്ചെടി
വേരാഴ്ത്തുമ്പോഴും
പ്രതീക്ഷയോടെ
മുന്നോട്ട് നടന്നവൻ

നേർകാഴ്ച

ഇരുട്ട് പതിയെ പരന്നു തുടങ്ങുമ്പോൾ
ഇളകി മറിയുന്ന ചിലതരം കിളികൾ
ഇരുട്ട് പെട്ടെന്ന് കനത്തു തുടങ്ങുമ്പോൾ
ഇരുട്ടിൽ കയറി ഒളിച്ചു പാർക്കുന്നു

പൊതുജനങ്ങൾക്ക് പിരിമുറുക്കം.

ഹോട്ടൽ

വടിവൊത്ത ബോർഡ്,
പേരെടുത്ത് കാണിക്കുന്ന
പാൽവെട്ടം
കൊതിയോടെ അകത്തേക്ക്
ഭക്ഷണം മണത്തപ്പോൾ
മനമ്മടുപ്പ്

ബി ഷിഹാബ്

ഏകാന്തജീവി

ആശുപത്രി
പള്ളിക്കൂടം
വായനശാല
കളിക്കളം
കവലപ്രസംഗം
ഊണ്
ഉറക്കം
ഉടുപ്പ്
നടപ്പ്
മടുപ്പ്
ഉരിയാടൽ
ഒരു മുറിയിൽ ചുരുങ്ങുമ്പോൾ,
ചരടറ്റ പട്ടം പോലെ
സാമൂഹ്യ ബന്ധമറ്റു ഞാൻ
ഒരു വന്മരത്തിൽ കുരുങ്ങുന്നു.

മിന്നാംമിനുങ്ങ്

താരങ്ങളെല്ലാം പൊലിഞ്ഞു
ഭൂതങ്ങളെങ്ങും പിറന്നു
കുറ്റാകൂരിരുട്ടിൽ പൊൻവെട്ടം
നിന്റെ നുറുങ്ങു വെട്ടം
ഇരുട്ടിൽ
പേടിപ്പെടുത്തുന്നതാണ്
പേരറിയാ കിളിയുടെ
പിടച്ചിലും കരച്ചിലും

ചരിത്രം

മറന്നു വച്ചത്
മനോഗതം പോലെ
മാറ്റി പറഞ്ഞത്
നിഷ്കരുണം നിരവധി പേരാൽ
ബലാത്സംഗം ചെയ്യപ്പെട്ടത്
ജനങ്ങളാൽ രചിച്ചത്
രചിച്ചതിന്റെ ക്രെഡിറ്റ്
രാജാവ് കൊള്ളയടിച്ച് കൊണ്ടുപോയത്
ചില്ലലമാരയിൽ സൂക്ഷിച്ചുവച്ചത്
രാജവീഥികളിൽ പാടി നടന്നത്
പാട്ടുകാരൻ പാരിതോഷികം വാരിക്കൂട്ടിയത്
കഥകളായി പരിണമിച്ചത്
ഇതിഹാസമായി പടർന്നു പന്തലിച്ചത്
അടിത്തട്ടിൽ ആരൂഢം വായിച്ചത്
ആരൂഢത്തിൽനിന്നും അടിത്തറ കണ്ടത്

സംസാരം സമാധാനത്തെക്കുറിച്ചും
പ്രവൃത്തി യുദ്ധവും

നഴ്സ്

സേവനം മെച്ചം
വേതനം തുച്ഛം

ചുറ്റും തഴച്ചു വളരുന്നു പാഴ്ച്ചെടികൾ.

വൃദ്ധസദനം

സംസാരസാഗരം നീന്തുന്ന
ധർമ്മരാജന്മാർ
മരണം കാത്തിരിക്കുന്നിടം

തിരക്ക് കൂടുന്നകാലം
കാലം തിരക്ക് കൂട്ടുന്നു
പതിവ് പോലെ

ബി ഷിഹാബ്

വരൾച്ച

പാടം
ഓട്ടക്കലത്തിൽ
കൊക്കിനെ തീറ്റുന്നു
തളർന്നു കുഴഞ്ഞു പോയ്
പുൽക്കൊടിപ്പെണ്ണ്

പാലം

രണ്ട് വൻകരകളുടെ ലക്ഷ്യം
വൻകരകളിൽ ആഹ്ലാദം

മാനിഷാദ

ചോരയും തൂവലും ചിതറിക്കിടക്കുന്നു
ഉച്ചത്തിൽ ഞാണൊലി വീണ്ടും കേൾക്കാം
കാടൊരു മറ
അതീവ ജാഗ്രതയോടെ
വേടൻ പുറകിൽ നില്ക്കുന്നു
ആർത്തിയുടെ കൈ അയയ്ക്കു
പിടയുന്നത് പൊന്മുട്ടയിടുന്ന താറാവ്.

വിഷു

നിറങ്ങളാലും
നിറമുള്ള ചിന്തകളാലും
പ്രകൃതി പതിവിലധികം
നിറഞ്ഞാടുന്ന സുദിനം

ബി ഷിഹാബ്

ഉപാധി

ആവശ്യം നിറവേറ്റാൻ
പ്രാപ്തിപോയ വസ്തുക്കൾ
വീട്ടിൽ സ്ഥലം മെനക്കെടുത്തുമ്പോൾ
ഞാൻ ആക്രിക്കാരനെ തിരയുന്നു.

വവ്വാൽ

നിത്യവിസ്മയ കൊമ്പിൻ തുമ്പിൽ
കടിച്ചുതൂങ്ങി ഞാന്ന് കിടക്കുമ്പോൾ
പഴച്ചാറുകൾ ഞൊട്ടി നുണയുമ്പോൾ
കാഴ്ചകൾ തലകീഴായ് കാണുന്നു മുന്നിൽ

ഔഷധ വ്യാപാരം

ഭൂതങ്ങൾ പോലെ
ഭയമാകുന്ന മരുഭൂമിയിൽ
ആകാശം മുട്ടുന്ന മുൾച്ചെടികൾ
അൻപതിന് അയ്യായിരം വാങ്ങും
നിന്റെ പരിധി
അവയവ വ്യാപാരത്തോളം വളരുമ്പോൾ
ഇരുട്ട്
കുറ്റാക്കൂരിരുട്ട്
നിറയുന്നത് മാനത്തോ
മലയാളത്തിന്റെ മുറ്റത്തോ
മനുഷ്യന്റെ മനസ്സിലോ

പട്ടി

കള്ളനെ കണ്ടാൽ കുരയ്ക്കും കടിക്കുല്ല
ഇരയെ വേട്ടയാടി പിടിക്കുല്ല
എന്നെ കണ്ടാൽ വാലാട്ടും
കാല് നക്കും, കാവൽ കിടക്കും
ആയതിനാൽ
കടിക്കില്ലെന്ന ഹുങ്കോടെ
കടിക്കുന്നവനെ കൊണ്ട് നടക്കുന്നു
തെരുവ് നിറയുന്ന ഭീഷണി
തെരഞ്ഞെടുത്തത് നാം തന്നെ
മരുന്ന് കമ്പനികൾക്ക് ചാകര.

ഭൂമി

എന്നോട് ചോദിച്ചത്
ഇരിക്കാനൊരിടം
ഇരുന്ന് കഴിഞ്ഞപ്പോൾ
നീയെന്നെ
കീഴ്മേൽ മറിച്ചില്ലേ

മുന്നിൽ ആടുന്ന കസേരകൾ
പുതുനാമ്പുകൾക്ക് കരുത്തുകൂടും.

മറകൾ

തെറ്റുകൾക്ക് നീ മറ തീർക്കുന്നത്
വയറ്റിപ്പിഴപ്പെന്ന വാക്കിൽ

കുട്ടികളെ കെട്ടിക്കണ്ടേ
കുട്ടികളെ പഠിപ്പിക്കണ്ടേ
നാലുക്കൊപ്പം കഴിയണ്ടേ
പച്ചരി വാങ്ങേണ്ടേ
വാക്കിന്റെ മറകൾ

വീട്ടിനു മുന്നിൽ മതിൽമറ
യുദ്ധ ഭൂമിയിൽ ആൾമറ
കാര്യസാദ്ധ്യത്തിന് ജാതിമറ

മീൻ വെട്ടാൻ വന്നവൻ വെള്ളം കലക്കുന്നു.

ഈസ്റ്റർ

ത്യാഗത്തിന്റെ പെരുമ
ത്യാഗിയുടെ മഹിമ

ഒരു താരം പൊലിഞ്ഞപ്പോൾ
വിശ്വം ഇരുട്ടാൽ നിറഞ്ഞു
ഒരു താരോദയത്തിൽ
വിശ്വം മുഴുവൻ പ്രകാശമയം.

ഇ എം

ജനനം ജന്മികുലത്തിൽ
മരണം വാടക വീട്ടിൽ
മദ്ധ്യേ കേരള ചരിത്രം
ജീവിതം മാതൃകാപരം

ആറ്റങ്ങൾ

ചിലേടത്തു കൂടിയോജിക്കുന്നു
ചിലേടത്തു വിഘടിക്കുന്നു
വിഘടിക്കുമ്പോൾ വിനാശത്തിന്റെ
ശ്രുംഗലപ്രവർത്തനം
കൂടി യോജിക്കുമ്പോൾ
നൂറ് കോടി സൂര്യശോഭ

രാജപാതയിൽ ആയിരം
സൂര്യന്മാർ ഒരുമിച്ച് ഉദിച്ചുയർന്നപോലെ

ഹിംസ

എന്തിന്റെ പേരിലായാലും
പരിഷ്കൃത സമൂഹത്തിന് യോജിക്കാത്തത്
ചോരകുടിച്ചു തൃപ്തി നുണയുന്ന
ആശയങ്ങൾക്ക്
സൃഗാല കൗശലം കൂട്ട്

ജീവിതം

ഭൂതത്തിലും ഭാവിയിലും
നോഥിയിരുന്ന്
വർത്തമാനത്തിൽ മറന്നു വയ്ക്കുന്നത്
താഴോട്ട് നോക്കാതെ
മുകളിലേക്ക് മാത്രം നോക്കി
പാഴാക്കിക്കളയുന്നത്
മണ്ണിൽ നിലനില്ക്കേണ്ടത്
മാനത്തു തിരയുന്നത്
ചുറ്റും കൊടുംകാട്
കൊടുംക്രൂരതയുടെ സിംഹഗർജ്ജനം
കരിയുണ്ട്
കലമാനുണ്ട്
കള കളം പാടുന്ന
കാട്ടരുവിയുണ്ട്
പഥികനുപേക്ഷിച്ച പൊട്ടക്കിണറുണ്ട്
കിണറ്റിൽ സർപ്പമുണ്ട്
ചുറ്റിപ്പിണഞ്ഞ വള്ളിക്കുടിലിൽ
തേൻ കുടിക്കുന്ന വണ്ടുണ്ട്
അനാവശ്യ ഭയത്തോടെ മനുഷ്യൻ
അനാവശ്യ ഭയമില്ലാതെ ജന്തുക്കൾ.

ചിലന്തി

പൊട്ടിപ്പോകുന്ന വല നേരെയാക്കാൻ
വീണ്ടും വീണ്ടും ചാടുന്നു
ചാടാനുള്ള ദൂരം അസ്വസ്ഥത നല്കുന്നില്ല
വിജയം വരെ ചാടാനുള്ള മനസ്സ്
ആനന്ദം കളിയാടുന്ന മുഖം
വിജയിക്കണമെന്ന ദൃഢനിശ്ചയം
എത്ര തോറ്റാലും പിന്തിരിയാത്ത ലക്ഷ്യം
തേടിയുള്ള അതി സാഹസികത
രാജാക്കന്മാർ പോലും മാതൃകയാക്കുന്നു.

കായികം

ബലവാനെപ്പോഴും രണ്ടാമൂഴം
രണ്ടാമൂഴത്തിന് കുറയുന്ന മധുരം

അവളുടെ കണ്ണെപ്പോഴും
അർജ്ജുനനിൽ ആയിരുന്നു

രമണൻ

കുടിലും കൊട്ടാരവും
കൈ കോർക്കാറുണ്ടെങ്കിലും
ലക്ഷ്യം വെവ്വേറെ

കൂട്ടിമുട്ടാതെ റെയിൽപ്പാളങ്ങൾ
കുട്ടി വരച്ച സമാന്തര രേഖകൾപോലെ

രാത്രി സൂക്ഷിപ്പുകാരൻ

വെട്ടം എത്തും വരെ
ഇരുട്ടിൽ കൂട്ടിരിപ്പ്

കണ്ണു ചിമ്മാതെ നക്ഷത്രങ്ങൾ

ജഹനാര

നീ ആരെ പ്രണയിക്കണമെന്നും
അവർ തീരുമാനിച്ചു
ജയിലറയ്ക്കുമുന്നിൽ,
പാറാവുകാരന്റെ മൗനം,
അടുത്തമുറിയിൽനിന്നും
അച്ഛന്റെ നെടുവീർപ്പുകൾ
സിംഹാസനത്തിൽ കൂടപ്പിറപ്പ്.

ആയിരത്തൊന്നുരാവുകൾ

ആയിരത്തൊന്ന് മേനിയുള്ള നിൻ
കഥയഴകിൽ ആയിരം ദിനം മയങ്ങിക്കിടന്നു
പതിനായിരം കൊമ്പനാനയുടെ
ബലമുള്ള ഭരണകൂടം

അങ്ങാടിയിൽ പാട്ടാണ്
ചില അന്തപ്പുര രഹസ്യങ്ങൾ

ധർമ്മബോധം

എല്ലാവർക്കും മനസ്സിലായോ?
അദ്ധ്യാപകൻ ചോദിച്ചു
ആയെന്നും അല്ലെന്നും
കുട്ടികൾ തലയാട്ടി
"ശ്രദ്ധിക്കുക"
അവസാന കുട്ടിക്കും
മനസ്സിലാകുന്നത് വരെ
അവൻ വീണ്ടും വീണ്ടും
പാഠങ്ങൾ ഉരുവിടുന്നു

ഒരു ഗുരുകുലം പൂവിടുന്നു.

ഉപ്പ്

മണ്ണിൽനിന്നും മഴ വേർതിരിക്കുന്നത്
പുഴ കൊണ്ടുപോയ് കടലിൽ തള്ളുന്നത്

നാക്കിലെ രസതന്ത്രശാലകളിൽ
നീ തീർക്കുന്ന വിസ്മയങ്ങൾ
ഓരോന്നിനും ഓരോ രുചി
തീൻ മേശയിലെ അനിവാര്യത
ആവശ്യകത കൂടിയിട്ടും
കൂടാത്ത നിന്റെ കമ്പോള വില
ആരാലും മോഷ്ടിക്കപ്പെടാത്ത
കട വരാന്തയിലെനിന്റെ പഴയ സ്ഥാനം

നിന്നിൽ ഉയർത്തെഴുന്നേല്പിന്റെ വെടിയുപ്പ്
രാഷ്ട്രപിതാവ് ചർക്കയിൽ നൂൽ നൂല്ക്കുന്നു

ബി ഷിഹാബ്

മഴപ്പാട്ട്

മരക്കൊമ്പിൽ മഴത്താളം
ചേക്കേറി കിളിച്ചുണ്ടിൽ
ചിതറി ചേമ്പിലയിൽ
കുളിർന്നു പൂമേനിയിൽ
പകർന്നു മനസ്സിലും
പെരുത്തു ഹൃദയത്താളം

രണ്ട് കിളികളിതാ വേഗത്തിൽ
പറന്നു പോകുന്നു.

പൊന്മുട്ടയിടുന്ന താറാവ്

എപ്പോഴും കേൾക്കുന്നത്
കൊള്ളക്കാരന്റെ കുതിരക്കുളമ്പടി
കുന്നുകൂട്ടിയ സമ്പത്തിനരികെ
സദാ രാജകാവൽ

ഉരുകി ഒലിക്കുന്നു ഹിമാലയ ശൃംഗങ്ങൾ
നദികൾ കരകവിഞ്ഞൊഴുകുന്നു
കൂടെക്കൂടെ ഉച്ചകോടികൾ നടക്കുന്നു
സംഘർഷം മനസ്സിൽ ശേഷിക്കുന്നു.

ആത്മാർത്ഥത

ധർമ്മയുദ്ധം ജയിച്ച
ധർമ്മപുത്രനോടന്ന്
മുതല വന്നു പറഞ്ഞ കഥയിൽ
ധർമ്മത്തിന്റെ
വിളവെടുപ്പിന്റെ നൂറുമേനി

അന്തം വിട്ടിരുന്നു ധർമ്മജൻ
ധർമ്മത്തിന്റെ നൂലിഴകൾ നോക്കി.

മരുഭൂമി

രാഷ്ട്രീയം
സിനിമ
കളി
കല
സാഹിത്യം.....
ഒരു വടവൃക്ഷച്ചുവട്ടിലും
ഒന്നും മുളയ്ക്കുന്നില്ല
തല നരച്ച വിഗ്രഹങ്ങൾ
തല മറന്ന് എണ്ണ തേക്കുന്ന കോക്കസുകൾ
ദൈവത്തിന്റെ സ്വന്തം നാട്ടിൽ
പുതുനാമ്പുകൾക്ക് മേൽ
പെരുംതച്ചന്മാരുടെ ഉളിയേറ്
അപ്പോഴും ഉള്ളതിൽ നല്ലതെല്ലാം
കുട്ടികൾക്ക് മാറ്റി വയ്ക്കുന്നെൻ
സാംസ്കാരിക ബോദ്ധ്യം

ബി ഷിഹാബ്

അക്കേഷ്യ

പ്രകാശം തടഞ്ഞു
പുരയിടം നിറഞ്ഞ നില്പ്
മുഴുവനും ഊറ്റിയെടുക്കുന്നു മണ്ണിന്റെ മധുരം
പൂമ്പൊടി മഹാജനത്തിന് രോഗം
തണൽ തേടി ആരും വരുന്നില്ല
ചാഞ്ഞും ചരിഞ്ഞും കാറ്റിൽ അതിജീവനം
ഒരു കൊടുംകാറ്റിൽ കടപുഴകുന്ന ജീവിതം
മണ്ണിപ്പോൾ മരുഭൂമിക്ക് സമം.

ഒരു കണക്ക്

നഷ്ടങ്ങൾ മാത്രം
എണ്ണിക്കൊണ്ടിരിക്കുമ്പോൾ
നഷ്ടപ്പെടുന്നത്
നേട്ടങ്ങളുടെ അതിമധുരം

ഉള്ള വഴിയിൽ മണ്ണിടൽ

കണ്ണുകടി

കല്ലുകടിക്കു തുടക്കം

പല്ലുപോയ മോണ
പുളിങ്കുരു ചവയ്ക്കുന്നു

ബി ഷിഹാബ്

നിന്റെ നാൾവഴികൾ

എഴുപത് ആണ്ടുകൾ
നീണ്ട ഓട്ടം
എത്തിപ്പിടിച്ച നേട്ടങ്ങൾ
എണ്ണമറ്റത്
ഊറ്റംകൊണ്ട് നാം
തലമറന്നെണ്ണ തേക്കുമ്പോഴും
ചുറ്റും പല്ലിളിക്കുന്നു
പാരതന്ത്ര്യത്തിന്റെ
ആണി തറച്ച പ്രേതങ്ങൾ.
കൂരിരുട്ടിൽ തല പുറത്തേക്കിടുന്നു
കുടത്തിലടച്ച ഭൂതങ്ങൾ.

വീണ്ടെടുക്കുക

നീ നിന്നിലേക്ക് നടക്കുക
കാവൽ കിടന്ന പട്ടി
കാത്തിരിക്കുന്നത് കാണുക
സ്വയമടച്ച വാതിലുകൾ
മറന്നുപോയ വഴികൾ
ഊതിക്കെടുത്തിയ വിളക്കുകൾ
ഇട്ടുടച്ച പളുങ്കുപാത്രങ്ങൾ
എല്ലാം നിന്റെ വഴിയിൽ തന്നെ ഉണ്ട്
നഷ്ടപ്പെട്ട സ്വാതന്ത്ര്യവും
ലക്ഷ്യം വച്ച കാണാപ്പൊന്നും
അവിടെ കിടക്കുന്നു.

മനോഭാവം

ആയിരം ശരിയിൽ
നിസ്സംഗത വന്നു മൂടുമ്പോൾ
ഒരു തെറ്റിൽ
ആയിരം കണ്ണുകൾ

സൂത്രശാലിയായ ശത്രു ചൂണ്ടയിടുന്നു.

കൂലി

ന്യായമായ വേതനം
പരിഷ്കൃത സമൂഹത്തിന് പൊൻതൂവൽ
അതൊരു രാഷ്ട്രീയം
അതൊരു സംസ്കാരം
അതൊരു മൂലധനം.

മാവിൽ

തളിർത്തു വാരിക്കിടക്കുന്നു മാവ്
ആനന്ദംകൊണ്ട കുയിൽ
അതിമനോഹരമായ് പാടുന്നു
കുയിൽ പാട്ടിൽ നൃത്തമാടി മയിൽ
ആട്ടം കണ്ട് അണ്ണാൻ കുഞ്ഞ്
ചാടിപറിക്കുന്നു
തപസ്സിരിക്കുന്നു, പച്ചിലകൾക്കിടയിൽ
പഞ്ചവർണ്ണക്കിളി
കളിച്ചു തളർന്ന കുട്ടി വിശ്രമിക്കുന്നില്ല
മാഞ്ചോട്ടിൽ കുയിലിനൊപ്പം കൂകുന്നു.

വിജയത്തിന്

നന്നായുഞ്ഞാലാടാൻ
നിന്റെ കാലുകൾ മാത്രം പോരാ
പുറകിൽ രണ്ടു കരങ്ങൾ
കണ്ണിൽ എണ്ണയൊഴിച്ച്
കാത്തു നില്ക്കുന്നു.

നരകം

ഉണ്ണികൾ ഇറങ്ങിപ്പോയിട്ടും
മുതിർന്നവർ വസിക്കുന്നിടം

മനസ്സിൽ മഹാശൂന്യത
മുന്നിൽ മഹാശൂന്യത
എങ്ങും മഹാശൂന്യത

നേതാവ്

കനൽ വഴികളിൽ
കാലം മേല്ക്കുമേൽ
ഊതിപ്പെരുക്കി
നിൻ കമല കാന്തി

ഹാറൂൺ അൽ റഷീദിന്റെ വേഷത്തിൽ
ഒരാൾ നടക്കുന്നു.

ചെറുത്തുനില്പ്

കുന്നിൽ ഉരുൾപൊട്ടൽ
ഉരുക്ക് മുഷ്ടിയായ്
വന്മരക്കൂട്ടം

കൂട്ടമായ് തെരുവിലിറങ്ങി
ജന്തുവർഗ്ഗം.

വിവർത്തനം

ജീവൻ പിഴിഞ്ഞ് കളഞ്ഞു
ചണ്ടി എടുക്കുന്ന കലാപ്രവർത്തനം

മേശമേൽ എന്റെ സത്യാന്വേഷണ പരീക്ഷകൾ

കേരളം

കേര നീര് പോലെ ഭാഷ
കേര നീര് പോലെ വേഷം
കേര നീര് പോലെ ചിന്ത
ഈ കേരം തിങ്ങും നാട്
ലോകരെ നല്ല മാതൃക!

"കേരളം ചോദിക്കുന്നു
വിശപ്പുണ്ടോ?"

രാഷ്ട്രീയത്തിൽ

ഒരു തെറ്റിൽ
നിന്റെ രഥചക്രങ്ങൾ
താണു പോകുന്ന ചെളിക്കുണ്ട്

ഒരു തുള്ളി ചോരയിൽ
ഭരണകൂടങ്ങൾ
ഒലിച്ചു പോകുന്ന
മലവെള്ളപ്പാച്ചിൽ

ധർമ്മിഷ്ഠന്റെ ചോരയിൽ
ജനപഥങ്ങൾ
കത്തിയമരുന്ന ചൂട്

ബി ഷിഹാബ്

അസൂയ

അപ്പുറത്തെ സമൃദ്ധിയിൽ
സ്ഥലജല വിഭ്രാന്തി
ഇന്ദ്രപ്രസ്ഥത്തിൽ
വെണ്ണക്കൽ കൊട്ടാരം
എപ്പോഴും കുതിര കുളമ്പടികൾ
ഇപ്പോഴും കോഹിനൂർ രത്നം പരങ്കൽ തന്നെ.

പ്രണയം

അങ്കുശപ്പിടിയിൽ
ഉള്ളു പിടയുന്ന കൊമ്പനാന
നീ തീർത്ത തമോഗർത്തത്തിൽ
വീണുപോയ നക്ഷത്രം ഞാൻ

മഹാമാരി വന്നു വിളിക്കുമ്പോൾ
എല്ലാം മറന്ന് വച്ചു നാം
ഒഴിഞ്ഞ കൈയുമായ്
ഇറങ്ങി ഓടും കൂടെ

ബന്ധുക്കൾ വെറുതെ നോക്കി നില്ക്കുന്നു
മുഹൂർത്തം കുറിക്കുന്നു മാനത്തെ രാജശില്പി.

മഹാധനം

മനസ്സമാധാനം തന്നെ
ഏറ്റവും വലിയ ധനം

ശ്മശാനത്തിൽ സുഖമായി ഉറങ്ങുന്നു ഭ്രാന്തൻ
പടിഞ്ഞാറിന് മേൽ കിഴക്കിന്റെ ആധിപത്യം

വിളക്ക്

വെട്ടം കെടുത്താൻ
വരുന്ന കീടങ്ങളെ
വെട്ടിത്തിരുത്തുന്നു നീ

മാനത്തുരുണ്ടുകൂടുന്നു കാർമേഘം
പുറ്റു പൊട്ടിക്കുന്നു ഇയ്യാംപാറ്റകൾ.

വായന

ഒരു പുസ്തകം
ഓരോരുത്തരും ഓരോ രീതിയിൽ വായിക്കുന്നു
ഓരോന്ന് വായിക്കുന്നു
ഒരാള് തന്നെ വായിക്കുമ്പോഴും
ഓരോ സമയത്തും
ഓരോന്ന് വായിക്കുന്നു

ലോകം വീണ്ടും മൂലധനം വായിക്കുന്നു.

കുറവുകൾ

നിന്നെ അടിക്കാൻ വടി
നിന്റെ വാക്കിൽ
നിന്റെ നോക്കിൽ
നിന്റെ നടപ്പിൽ
നിന്റെ ഉടുപ്പിൽ ഉണ്ട്

വൈക്കോൽ കെട്ടുന്നവൻ വള്ളി
വൈക്കോലിൽനിന്നും എടുക്കുന്നു.

ജലതത്ത്വം

മുങ്ങിത്താണുകൊണ്ടിരിക്കുന്നവൻ
എത്ര വലിയവനായാലും, രക്ഷപ്പെടാൻ
അവനെ ആരെങ്കിലും ആശ്രയിക്കുമോ
ഓട്ടക്കപ്പലിൽ ആരെങ്കിലും
നോട്ടം വയ്ക്കുമോ
ഓട്ടക്കലത്തിൽ വെള്ളം കരുതുമോ

ഇന്ദ്രപ്രസ്ഥത്തെ നോക്കി നെടുവീർപ്പിടുന്നു
അയൽപക്കത്തെ അന്ധരാജാവ്.

ഭൂമി

വായിലേക്കന്നം പകരുന്ന
അമ്മക്കിളിച്ചുണ്ട്

എണ്ണിത്തീരാത്ത മരച്ചില്ലകൾ
അനന്തമായ നീലാകാശം

ജീവിതം

ശുദ്ധമായ ബീജഗണിതം
അക്കങ്ങളുടെ സാദ്ധ്യതകൾ
ജാമിതീയ രൂപങ്ങൾ
ജാമിതീയ ശ്രേണികൾ
കൂട്ടങ്ങളുടെ സിദ്ധാന്തങ്ങൾ

കൂട്ടലും കിഴിക്കലും
കരച്ചിലും പിഴിച്ചിലും
ഗുണിക്കലും ഹരിക്കലും
ഇരട്ടിക്കുന്നു സന്തോഷം
പങ്ക് വയ്ക്കുന്ന ദുഃഖം

ബി ഷിഹാബ്

വൻ വൃക്ഷം

ഇവിടെ കാക്കകൾക്ക് കൂടുകൂട്ടാം
കൂടെ കുയിൽക്കുട്ടികളെ വിരിയിച്ചെടുക്കാം
ഫലങ്ങൾ മതിവരുവോളം

കൊത്തിനുണയാം
കലപിലകൂട്ടാം
പാകതയോടെ വെള്ളക്കൊറ്റികൾ
ഹർഷാരവം പൊഴിക്കുമ്പോൾ
വെറുതെ ബഹളം
വയ്ക്കുന്നു കാക്കകൾ

ചരത്തിനൊരു ഭാവം
അചരത്തിനൊരു ഭാവം
നിനക്ക് ചരാചരപ്രേമം.

അതിരിൽ

അനാവശ്യതാല്പര്യങ്ങൾ
അതിരുവിട്ട ചിന്തകൾ
അവിടെ കുരിശുകൾ പതിയിരിക്കുന്നു
നാലുപാടും പൊല്ലാപ്പ്

കുറുകെ പറക്കുന്നൊരു പഞ്ചവർണ്ണക്കിളി
അപ്പുറത്ത് കൂടുകൂട്ടി.

ഓടുന്ന കാലം

കുതിച്ചു പായുന്ന പുഴ കണക്കെ
കിതപ്പില്ലാത്ത ഓട്ടം
ഒരു താളം
ഒരു രാഗം
ഒരു ശ്രുതി
ഒരു ലയം
ഒരു ദിശ
ഒരു ലക്ഷ്യം
താളം മുറിയുന്നില്ല, ആറ്റിൻ കരയിലൊരു
മുളം തണ്ടു പാടുന്നു
പുഴ മുറിച്ച് പായുന്ന കുതിര പുറത്ത്
മൃഗയാ വിനോദം
കാട്ടിനുള്ളിലൊരു മാൻപേട പായുന്നു
പുറകെ സിംഹരാജനും കൂട്ടിനുണ്ട്.

ആയുധങ്ങൾ

പാമരന് നാക്ക്
പണ്ഡിതന് വാക്ക്
ചട്ടമ്പിക്ക് കൈക്കരുത്ത്
കവിക്ക് ദർശനം
ഗായകന് സ്വരമാധുര്യം
ധർമ്മം ധർമ്മപുത്രന്
സത്യവും അഹിംസയും ഗാന്ധിക്ക്
ജാതിയും മതവും ഭീരുവിന്
ആളില്ലാവിമാനവും ആണവബോംബും
സാമ്രാജ്യത്വത്തിന്

മാനവ രാശി നടക്കുന്നത് മുന്നോട്ട്
പരിഷ്കൃത സമൂഹത്തിന് സംസ്കാരം.

ദുരവസ്ഥ

നെടുവീർപ്പുകൾകൊണ്ട്
ഗദ്ഗദം കൊണ്ട്
ചോരയും കണ്ണീരും
തമ്മിൽ ചാലിച്ച്
ഭൂമി തപിക്കുന്നു

മനുഷ്യനരികിൽ ആണവം
മനുഷ്യനിടയിൽ മതിലുകൾ
കാലിനടിയിൽ മണ്ണൊലിപ്പ്
കാലനരികിൽ കുടികിടപ്പ്

അസുലഭ മുഹൂർത്തം

ഘോരാന്ധകാരത്തിൽ മിന്നാമിന്നിക്കൂട്ടം
ആയിരം തെറ്റുകൾക്ക് മീതെയൊരു ശരി
പുലരി വന്നെന്ന് പൂങ്കോഴി
മുല്ലകൾ പൂത്തെന്ന് ഇളം തെന്നൽ

ദൈവം

അവൻ എല്ലാം തികഞ്ഞ സുഹൃത്ത്
നിനക്കായ് കുരുക്ഷേത്രങ്ങൾ ജയിക്കും

സമ്മർദ്ദം

റീച്ചും, റേഞ്ചുമില്ലാത്ത വിളികൾ
ഒരിക്കലും പൊരുത്തപ്പെടാത്ത കണക്കുകൾ
ഉറക്കത്തിൽ ഞാൻ എണ്ണിക്കൊണ്ടിരിക്കുന്നു
ഫോണിൽ ഗെയിം കളിക്കുന്നു കുട്ടികൾ
അരികെ ഇടയ്ക്കിടെ ഞരങ്ങുന്നു ഉറക്കമില്ലാത്തവൾ
വിത്തെടുത്തു കുത്തുന്നു വറുതി
വില്ലെടുത്തു കുലയ്ക്കുന്നു വിദ്വേഷം
വിളവ് തിന്നുന്നു വേലികൾ
വേനലിൽ വിടരാനറച്ചു വാടികൾ

പച്ചരി പ്രശ്നം

അരച്ചാൺ വയറ്റിൽ
ഒരുരുളചോറ്
ചെല്ലും മുമ്പെത്ര കടമ്പകൾ

110 മീറ്റർ ഓട്ടമത്സരം പോലെ

കോടാലിക്കൈ

വന്മരങ്ങളെ വെട്ടി മുറിക്കാൻ
കൂട്ടു നിന്ന് കൂട്ടു നിന്ന്
എന്റെ കഥ കഴിഞ്ഞു കൂട്ടരെ
ഇന്നെനിക്ക് മതിയായി കൂട്ടരെ

കാകദൃഷ്ടി

ഓരോ നോട്ടത്തിലും
അവനവന്റെ ദേഹം മാത്രം

സുഹൃത്ത്

നിന്നെ കാണുമ്പോൾ
അതിയായ ആഹ്ലാദം
നിന്നെ കണ്ടില്ലെങ്കിൽ
ഉരുണ്ട് കൂടുന്ന മന്ദത
നീയെൻ ദുഃഖങ്ങളെ പങ്കുവച്ചു
നിസ്സാരമാക്കുന്നു
സുഖങ്ങളെ പങ്ക് വെച്ച്
ഇരട്ടിപ്പിക്കുന്നു
ചുമടെടുത്തു തളരുമ്പോൾ
വഴി വക്കിൽ നീ ചുമട് താങ്ങി
നീ വഴിയും വാക്കും
വഴി പിഴയ്ക്കുമ്പോൾ
നിലക്കണ്ണാടി

രാഷ്ട്രീയം

അവസര സമത്വത്തെപ്പറ്റി
വാ തോരാതെ പറഞ്ഞതു നീ
അവസരങ്ങളെല്ലാം
കവർന്നെടുത്ത കാപട്യവും നീ

അടിമ കച്ചവടം നടത്തിയത് നീ
ആറ്റംബോംബിട്ടത് നീ

ആദിവാസി

നാട്ടിലിരുണ്ട് കൂടുന്നൊരിരുട്ട്
കാട്ടിലും പടരുമ്പോൾ
വറുതി കുന്ന് കേറാൻ
വഴിമുട്ടി നില്ക്കുന്നവൻ

ചരിത്രത്തിൽ ഞാൻ കണ്ടത്
നിങ്ങൾ അവനിൽ ചെയ്ത ക്രൂരത

ചിലരിൽ ക്രൂരത
പേമഴ പെയ്യുമ്പോൾ
വഴിമുട്ടി തപ്പിത്തടയുന്നവൻ
ആകാശങ്ങൾ നഷ്ടപ്പെട്ടവൻ

രക്തസാക്ഷി

നിങ്ങൾക്ക് ഒരു കിളിയെ
എയ്തു വീഴ്ത്താം
പക്ഷേ, വീഴ്ത്തപ്പെടുന്നതിന് മുമ്പ്,
വീഴ്ത്തപ്പെടുമ്പോഴും
നിറമുള്ള തൂവലുകൾ
വഴിനീളെയത് കൊഴിച്ചിട്ടിരിക്കും
അതിന്റെ അഴക്
മനസ്സുകളിൽനിന്ന്
മനസ്സുകളിലേക്ക്
ആലേഖനം ചെയ്യപ്പെട്ടിരിക്കും.
ആ ചിറകടിയുടെ താളം
ചിന്തകളിൽ നിന്ന് ചിന്തകളിലേക്ക്
പടർന്നിരിക്കും.

രാജ്ഘട്ടിൽ സന്ദർശകരുടെ തിരക്ക്
ബൊളീവിയൻ കാടുകളിൽനിന്നും
കാട്ടുതീ പടരുന്നു

വൈവിദ്ധ്യങ്ങൾ

അയൽക്കാരനെ സ്നേഹിച്ചോ
അന്യവിശ്വാസങ്ങളെ മാനിച്ചോ
അപരസ്നേഹം കൊണ്ടോ
സംഘടന കൊണ്ടോ
കൊടുത്തോ?
കൊടുപ്പിച്ചോ?
എന്തുകൊണ്ടടുപ്പിക്കും ഞാൻ
എണ്ണിയാലൊടുങ്ങാത്ത
വികർഷിക്കാൻ നില്ക്കുന്ന
വിരുദ്ധ ധ്രുവങ്ങളെ

വരികൾക്കിടയിൽ

കടലാസു പുലിയല്ലത്
കൊടുമുടികൾ കയറുന്ന, കുറ്റൻപുലി
മനസ്സിരുത്തി വായിച്ചാൽ
ഏട്ടിലെ പശു പാൽ തരും

അഗ്നി ചിറകുകളുള്ള കുട്ടി
അഗ്നിച്ചിറകുകൾ വായിക്കുന്നു
അൽകെമിസ്റ്റ് വായിക്കുന്നു

ഗുരുദേവൻ

നീയിട്ടൊരടിക്കല്ലിൽ
ചവിട്ടി കുതിക്കുന്നു
നവോത്ഥാന കേരളം

പാലാ പറഞ്ഞ പോൽ
കേരളം വളരുന്നു
കയറിയുമിറങ്ങിയും ചെന്ന്
അന്യമാം ദേശങ്ങളിൽ

കുറഞ്ഞ വരവ്
എങ്കിലും
ഏതിലും യൂറോപ്യൻ രാജ്യങ്ങളെ
വെല്ലുന്ന മികവ്

തിരിച്ചറിവിന്റെ തിരിനാളം
ഈ മണ്ണിൽ തെളിയിച്ചു വച്ചു നീ.

ബി ഷിഹാബ്

വിക്രം സാരാഭായി

നീയിട്ടൊരടിക്കല്ലിൽ
ചവിട്ടിക്കുതിക്കുന്നു
ഭാരതത്തിന്റെ
ബഹിരാകാശ ഗവേഷണം

ചന്ദ്രിക പരന്നൊഴുകുന്ന
ഗവേഷണ രംഗം
ചന്ദ്രനെ തൊട്ടിനി, നാളെ
ചൊവ്വയിൽ പോയിറങ്ങും

നമ്മുടെ ചൊവ്വാ ദോഷം മാറുന്നു.

www.ingramcontent.com/pod-product-compliance
Lightning Source LLC
LaVergne TN
LVHW060140051026
849517LV00007B/2523